Impressum
Verlag: BABADADA GmbH, Nedderfeld 112 , 22529 Hamburg
Geschäftsführer / Verlagsleitung: Harald Hof
Druck: Books on Demand GmbH, In de Tarpen 42, 22848 Norderstedt

Imprint
Publisher: BABADADA GmbH, Nedderfeld 112 , 22529 Hamburg, Germany
Managing Director / Publishing direction: Harald Hof
Print: Books on Demand GmbH, In de Tarpen 42, 22848 Norderstedt

classroom
sajili

divide
kugawanya

186/2

board
ubao

school yard
eneo la shule

teacher
mwalimu

paper
karatasi

write
kuandika

pen
kalamu

desk
dawati

ruler
rula

book
kitabu

pupil
mwanafunzi

satchel

mkoba

pencil case

kikasha cha penseli

pencil

penseli

pencil sharpener

kichonga penseli

rubber

mpira

drawing pad

pedi ya kuchora

drawing

uchoraji

paintbrush

brashi ya rangi

paint box

sanduku la rangi

scissors

mkasi

glue

gundi

exercise book

daftari

homework

kazi ya nyumbani

number

nambari

add

jumlisha

subtract

ondoa

multiply

zidisha

calculate

kokotoa

letter

barua

alphabet

alfabeti

word

neno

text

maandishi

read

kusoma

chalk

chaki

lesson

somo

register

sajili

exam

uchunguzi

certificate

cheti

school uniform

sare za shule

education

elimu

encyclopedia

elezo

university

chuo kikuu

microscope

darubini

map

ramani

waste-paper basket

kikapu cha kuweka karatasi
chafu

hotel
hoteli

hostel
hosteli

bureau de change
ofisi ya ubadilishanaji

suitcase
sanduku

car
gari

language

lugha

yes / no

ndiyo / la

Okay

sawa

hello

hujambo

translator

mtafsiri

Thank you

Asante

how much is...?

kiasi gani ni ...?

I do not understand

Sielewi

problem

tatizo

Good evening!

Jioni njema!

Good morning!

Habari za asubuhi!

Good night!

Usiku mwema!

bye bye

kwa heri

direction

mwelekeo

luggage

mizigo

bag

mfuko

backpack

shanta

guest

mgeni

room

chumba

sleeping bag

begi la kulalia

tent

hema

tourist information

taarifa ya utalii

beach

ufuo

credit card

kadi

breakfast

kifunguakinywa

lunch

chakula cha mchana

dinner

chakula cha jioni

ticket

tiketi

lift

kuinua

stamp

muhuri

border

mpaka

customs

mila

embassy

ubalozi

visa

visa

passport

pasipoti

aeroplane
ndege

ship
meli

fire engine
injini ya moto

bus
basi

truck
lori

motorboat
motaboti

bike
baiskeli

car
gari

ferry

feri

boat

mashua

motorbike

pikipiki

police car

gari la polisi

racing car

gari la mashindano

rental car

gari la kukodisha

car sharing

kushiriki gari

breakdown truck

lori la kuvuta

refuse truck

ukusanyaji taka

motor

motor

fuel

mafuta

petrol station

kituo cha mafuta

traffic sign

ishara trafiki

traffic

trafiki

traffic jam

msongamano

car park

maegesho

train station

kituo cha treni

tracks

reli

train

garimoshi

tram

tremu

carriage

gari la mizigo

helicopter

helikopta

airport

uwanja wa ndege

tower

mnara

passenger

abiria

container

chombo

carton

katoni

cart

mkokoteni

basket

kikapu

take off / land

ondoka

city

jiji

village

kijiji

city centre

katikati ya jiji

house

nyumba

cinema
sinema

advert
tangazo

street lamp
taa za mitaani

CINEMA

street
barabara

taxi
teksi

snack shop
duka la vitafunio

pedestrian
mtembea kwa migu

pavement
njia ya waenda kwa miguu

zebra crossing
kivuko

bin
pipa

crossing
kuvuka

traffic lights
taa za trafiki

hut
kibanda

flat
gorofa

train station
kituo cha treni

town hall
ukumbi wa mji

museum
Makavazi

school
shule

university

chuo kikuu

bank

benki

hospital

hospitali

hotel

hoteli

pharmacy

duka la dawa

office

ofisi

book shop

duka la kitabu

shop

duka

florist's

duka la maua

supermarket

dukakuu

market

soko

department store

idara ya kuhifadhi

fishmonger's

mwuza samaki

shopping centre

kituo cha ununuzi

harbour

bandari

park

Hifadhi

bench

benki

bridge

daraja

stairs

vidato

underground

chini ya ardhi

tunnel

handaki

bus stop

kituo cha mabasi

bar

bar

restaurant

mgahawa

postbox

sanduku la posta

street sign

ishara ya barabara

parking meter

mita ya maegesho

zoo

bustani ya wanyama

swimming pool

kidimbwi cha kuogelea

mosque

msikiti

farm

shamba

pollution

uchafuzi

graveyard

makaburini

church

kanisa

playground

uwanja wa michezo

temple

hekalu

landscape

mazingira

leaf
jani

signpost
ishara ya mwelekeo

way
njia

meadow
malisho

stone
jiwe

hiker
mtembeaji wa masafa

tree
mti

river
mto

grass
nyasi

flower
ua

valley

bonde

hill

kilima

lake

ziwa

forest

msitu

desert

jangwa

volcano

volkano

castle

ngome

rainbow

upinde wa mvua

mushroom

uyoga

palm tree

mtende

mosquito

mbu

fly

kuruka

ant

chungu

bee

nyuki

spider

buibui

beetle

mende

frog

chura

squirrel

kuchakuro

hedgehog

nungunungu

hare

sungura

owl

bundi

bird

ndege

swan

swan

boar

nguruwe mwitu

deer

kulungu

moose

aina ya kongoni

dam

bwawa

wind turbine

tabo ya upepo

solar panel

nishaji ya jua

climate

hali ya hewa

waiter
mhudumu

menu
menyu

chair
kiti

soup
supu

pizza
piza

cutlery
vilia

tablecloth
kitambaa cha mezani

starter

kiamsha hamu

main course

kozi kuu

dessert

kitindamlo

drinks

vinywaji

food

chakula

bottle

chupa

fast food

chakula cha haraka

street food

Streetfood

teapot

buli

sugar bowl

kisanduku cha sukari

portion

sehemu

espresso machine

mashine ya espresso

high chair

kiti kirefu

bill

muswada

tray

trei

knife

kisu

fork

uma

spoon

kijiko

teaspoon

kijiko cha chai

serviette

nepi

glass

glasi

plate
sahani

soup plate
sahani ya supu

saucer
sufuria

sauce
mchuzi

salt pot
kichanyaji chumvi

pepper mill
kinu cha pilipili

vinegar
siki

oil
mafuta

spices
viungo

ketchup
kechapu

mustard
haradali

mayonnaise
kachumbari nzito

special offer
ofa maalum

customer
mteja

dairy
maziwa

fruit
matunda

trolley
toroli

butcher's
....
mchinjaji

baker's
....
mwokaji

weigh
....
uzito

vegetables
....
mboga

meat
....
nyama

frozen food
....
chakula waliohifadhiwa

cold meat

vipande vya nyama baridi

tinned food

chakula cha kopo

washing powder

sabuni ya unga

sweets

pipi

household products

bidhaa za kaya

cleaning products

bidhaa za kusafisha

salesperson

mtu mauzo

till

mpaka

cashier

keshia

shopping list

orodha ya manunuzi

opening hours

masaa ya ufunguzi

wallet

mkoba

credit card

kadi

bag

mfuko

plastic bag

mfuko wa plastiki

water

maji

juice

sharubati

milk

maziwa

coke

coke

wine

mvinyo

beer

bia

alcohol

pombe

cocoa

kakao

tea

chai

coffee

kahawa

espresso

spreso

cappuccino

kapuchino

banana

ndizi

apple

tufaha

orange

machungwa

melon

tikiti

lemon

lemon

carrot

karoti

garlic

kitunguu saumu

bamboo

mianzi

onion

kitunguu

mushroom

uyoga

nuts

karanga

noodles

nudo

spaghetti

spageti

rice

mpunga

salad

saladi

chips

vibanzi

fried potatoes

viazi vya kukaanga

pizza

piza

hamburger

hambaga

sandwich

sandwichi

cutlet

kipande

ham

paja la mnyama

salami

salami

sausage

soseji

chicken

kuku

roast

choma

fish

samaki

porridge oats

oats ya uji

muesli

muesli

cornflakes

cornflakes

flour

unga

croissant

kroisanti

bread roll

andazi

bread

mkate

toast

mkate wa kubanika

biscuits

biskuti

butter

siagi

curd

maziwa mgando

cake

keki

egg

yai

fried egg

yai kukaanga

cheese

jibini

food - chakula

ice cream

aiskrimu

sugar

sukari

honey

asali

jam

jemu

chocolate spread

kuenea kwa chokoleti

curry

mchuzi wa viungo

farmhouse
nyumba ya kilimo

straw bale
majani bale

barn
ghalani

field
uwanja

horse
farasi

trailer
trela

foal
mtoto

tractor
trekta

donkey
punda

sheep
kondoo

lamb
mwanakondoo

goat

mbuzi

cow

ng'ombe

calf

ndama

pig

nguruwe

piglet

mwananguruwe

bull

fahali

goose

batabukini

duck

bata

chick

kifaranga

hen

kuku

cock

jogoo

rat

panya

cat

paka

mouse

panya

ox

ng'ombe

dog

mbwa

doghouse

nyumba ya mbwa

garden hose

bomba la bustani

watering can

debe la kumwagilia maji

scythe

fyekeo

plough

kulima

sickle
mundu

hoe
jembe

pitchfork
uma wa nyasi

axe
shoka

wheelbarrow
toroli

trough
kupitia nyimbo

milk can
chombo cha maziwa

sack
gunia

fence
ua

stable
imara

greenhouse
chafu

soil
udongo

seed
mbegu

fertilizer
mbolea

combine harvester
kivunaji

harvest

mavuno

harvest

mavuno

yams

viazi vikuu

wheat

ngano

soy

soya

potato

viazi

corn

mahindi

rapeseed

rapa

fruit tree

mti wa matunda

cassava

muhogo

cereals

nafaka

chimney
chimni

roof
paa

drainpipe
bomba la maji ya mvua

window
dirisha

garage
gareji

doorbell
kengele ya mlangoni

door
mlango

rubbish bin
pipa la taka

letterbox
sanduku la barua

garden
bustani

living room
sebuleni

bathroom
bafu

kitchen
jikoni

bedroom
chumba cha kulala

child's room
chumba ya mtoto

dining room
chumba cha kulia

floor

sakafu

wall

ukuta

ceiling

dari

cellar

pishi

sauna

sauna

balcony

roshani

terrace

mtaro

pool

kidimbwi

lawn mower

mashine ya kukata nyasi

sheet

karatasi

bedspread

kitambaa cha kupamba
kitanda

bed

kitanda

broom

ufagio

bucket

ndoo

switch

kubadili

wallpaper
mandhari

picture
picha

lamp
taa

shelf
rafu

cupboard
kabati

fireplace
mekoni

television
televisheni/runinga

flower
ua

cushion
mto

vase
chombo cha maua

sofa
sofa

remote control
kitenzambali

carpet

zulia

curtain

pazia

table

meza

chair

kiti

rocking chair

kiti cha bembea

armchair

armchair

book

kitabu

blanket

blanketi

decoration

mapambo

firewood

kuni

film

filamu

hi-fi equipment

kifaa cha hi-fi

key

ufunguo

newspaper

gazeti

painting

uchoraji

poster

bango

radio

redio

notepad

daftari

hoover

kifyonza

cactus

dungusi kakati

candle

mshumaa

fridge
jokofu

microwave oven
kikanza

kitchen scales
wadogo jikoni

toaster
kibaniko

detergent
sabuni

oven
stovu

freezer
friza

rubbish bin
pipa la taka

dishwasher
mashine ya kuoshea vyombo

cooker

jiko la kupika

pot

chungu

cast-iron pot

sufuria ya chuma

wok / kadai

wok / kadai

pan

kaango

kettle

birika

steamer

stima

baking tray

sinia ya kuoka

crockery

vyombo vya udongo

mug

kombe

bowl

bakuli

chopsticks

vijiti vya kulia

ladle

ukawa

spatula

mwiko mpana

whisk

burashi

strainer

kichujio

sieve

chujio

grater

mbuzi

mortar

chokaa

barbecue

barbeque

open fire

moto wazi

chopping board

ubao wa majaribio

rolling pin

kijiti cha kusukuma unga

corkscrew

kizibuo

can

kopo

can opener

inaweza kopo

pot holder

kishikio cha chungu

sink

karo

brush

brashi

sponge

sifongo

blender

kisagaji matunda

deep freezer

friji ya kina

baby bottle

chupa ya mtoto

tap

bomba

heating
joto

shower
mfereji wa kuogea

towel
taulo

shower curtain
pazia la kuogea

bubble bath
maji ya kuoga yenye povu

bathtub
hodhi

glass
glasi

washing machine
mashine ya kuosha

tap
bomba

tiles
vigae

potty
poti

sink
karo

toilet

choo

squat toilet

choo cha squat

bidet

beseni la mviringo

urinal

choo cha umma

toilet paper

shashi

toilet brush

brashi ya choo

toothbrush

mswaki

toothpaste

dawa ya meno

dental floss

dawa ya meno

wash

safisha

handheld shower

kuoga mkono

douche

msukumo wa maji

basin

bonde

back brush

mpako wa pili

soap

sabuni

shower gel

jeli ya kuogea

shampoo

shampuu

flannel

flana

drain

toa maji

cream

krimu

deodorant

kiondoa harufu

mirror

kioo

hand mirror

kioo mkono

razor

kinyozi

shaving foam

povu la kunyoa

aftershave

baada ya kunyoa

comb

kichana

brush

brashi

hair dryer

kikausha nywele

hairspray

marashi ya nyewele

makeup

vipodozi

lipstick

kidomwa

nail varnish

varnish ya msumari

cotton wool

pamba

nail scissors

mkasi wa kucha

perfume

manukato

washbag

mkoba wa kuosha

stool

kinyesi

weighing scale

mizani

bathrobe

nguo ya kuoga

rubber gloves

glavu za mpira

tampon

kisodo

sanitary towel

sodo

chemical toilet

kemikali choo

alarm clock
saa ya kengele

cuddly toy
kidoli cha kupakata

toy car
gari bandia

rattle
kelele

doll's house
chumba cha midoli

present
sasa

balloon

baluni

bed

kitanda

pram

mashua

deck of cards

staha ya kadi

jigsaw

mchezo-fumb

comic

vichekesho

lego bricks

matofali lego

building blocks

vitalu mwigo

action figure

hatua takwimu

babygrow

suti ya kulalia

frisbee

kisahani

mobile

simu

board game

ubao wa michezo

dice

kete

model train set

garimoshi mwigo

dummy

dummy

party

chama

picture book

picha kitabu

ball

mpira

doll

kikaragosi

play

kucheza

sandpit

shimo la mchanga

swing

bembea

toys

vitu bandia

video game console

kiweko cha video ya
mchezo

tricycle

baiskeli ya magurudumu

teddy bear

mwanasesere

wardrobe

kabati

matatu

clothing

nguo

socks

soksi

stockings

stokingi

tights

kibano

scarf
skafu

belt
ukanda

umbrella
mwavuli

t-shirt
fulana

boots
viatu

slippers
ndara

trainers
wakufunzi

sandals
malapa

shoes
viatu

rubber boots
mabuti ya mpira

underpants
suruali ya ndani

bra
sidiria

vest
fulana

body

mwili

trousers

suruali

jeans

dangirizi

skirt

sketi

blouse

blauzi

shirt

shati

pullover

vuta

hoodie

sweta

blazer

bleza

jacket

jaketi

coat

koti

raincoat

koti la mvua

costume

maleba

dress

gauni

wedding dress

mavazi ya harusi

suit

suti

nightgown

vazi la usiku

pyjamas

pajama

sari

sari

headscarf

skafu

turban

kilemba

burqa

burka

kaftan

kaftan

abaya

abaya

swimsuit

vazi la kuogelea

trunks

vazi la kiume la kuogelea

shorts

kaptura

tracksuit

teitei

apron

aproni

gloves

glavu

clothing - nguo

button

kifungo

glasses

glasi

bracelet

bangili

necklace

mkufu

ring

pete

earring

herini

cap

kofia

coat hanger

kiango cha koti

hat

kofia

tie

tai

zip

zipu

helmet

kofia

braces

kanda za suruali

school uniform

sare za shule

uniform

sare

bib
bibu

dummy
dummy

nappy
nepi

server
seva

filing cabinet
kabati la kuweka faili

printer
kichapishaji

monitor
kiwambo

paper
karatasi

desk
dawati

mouse
kipanya

folder
folda

keyboard
kibodi

chair
kiti

e-paper basket
u cha kuweka karatasi chafu

computer
kompyuta

coffee mug
kmobe la kahawa

calculator
kikokotoo

internet
biashara

laptop

mbali

letter

barua

message

ujumbe

mobile

rununu

network

intaneti

photocopier

fotokopia

software

programu

telephone

simu

plug socket

soketi

fax machine

kipepesi

form

fomu

document

hati

buy

kununua

pay

kulipa

trade

biashara

money

fedha

dollar

dola

euro

yuro

yen

yeni

rouble

rouble

Swiss franc

faranga ya Uswisi

renminbi yuan

renminbi yuan

rupee

rupia

cashpoint

eneo la kulipia

bureau de change

ofisi ya ubadilishanaji

gold

dhahabu

silver

fedha

oil

mafuta

energy

nishati

price

bei

contract

mkataba

tax

kodi

stock

bidhaa

work

kazi

employee

mfanyakazi

employer

mwajiri

factory

kiwanda

shop

duka

police officer
afisa wa polisi

fireman
mzimamoto

cook
mpishi

doctor
daktari

pilot
rubani

gardener

mtunza bustani

carpenter

seremala

seamstress

mshonaji

judge

hakimu

chemist

mwanakemia

actor

muigizaji

bus driver

dereva wa basi

taxi driver

dereva wa teksi

fisherman

mvuvi

cleaning lady

mwanamke wa kusafisha

roofer

mwezekaji

waiter

mhudumu

hunter

mwindaji

painter

mchoraji

baker

mwokaji

electrician

umeme

builder

mjenzi

engineer

mhandisi

butcher

mchinjaji

plumber

fundi bomba

postman

mwanaposta

soldier

mwanajeshi

architect

msanifu majengo

cashier

keshia

florist

muuza maua

hairdresser

msusi

conductor

kondakta

mechanic

mekanika

captain

nahodha

dentist

daktari wa meno

scientist

mwanasayansi

rabbi

rabbi

imam

imamu

monk

mtawa

clergyman

kasisi

hammer
nyundo

pliers
koleo

screwdriver
bisibisi

spanner
spana

torch
kurunzi

digger

mchimbaji

toolbox

sanduku la vifaa

ladder

ngazi

saw

msumeno

nails

misumari

drill

kuchimba visima

repair

kukarabati

shovel

sepetu

Damn!

Lo!

dustpan

kishikio cha uchafu

paint pot

chungu cha rangi

screws

skurubu

musical instruments
ala za muziki

loudspeaker
spika

drum kit
mpangilio wa ngoma

guitar
gita

double bass
besi mara mbili

trumpet
tarumbeta

piano
piano

violin
fidla

bass
ubeji

timpani
timpani

drums
ngoma

keyboard
kibodi

saxophone
saksafoni

flute
filimbi

microphone
maikrofoni

bustani ya wanyama

entrance
lango la kuingia

tiger
simbamarara

cage
ngome

zebra
pundamilia

animal feed
chakula cha mifugo

panda
panda

animals

wanyama

elephant

tembo

kangaroo

kangaruu

rhino

kifaru

gorilla

sokwe

bear

dubu

camel

ngamia

ostrich

mbuni

lion

simba

monkey

tumbili

flamingo

heroe

parrot

kasuku

polar bear

dubu

penguin

penguini

shark

papa

peacock

tausi

snake

nyoka

crocodile

mamba

zookeeper

mtunza wanyama

seal

muhuri

jaguar

jaguar

pony

mwanafarasi

leopard

chui

hippo

kiboko

giraffe

twiga

eagle

tai

boar

nguruwe mwitu

fish

samaki

turtle

kobe

walrus

sili

fox

mbweha

gazelle

paa

American football
soka ya marekani

cycling
uendeshaji baiskeli

tennis
tenisi

basketball
mpira wa kikapu

swimming
kuogelea

boxing
ndondi

ice hockey
magongo ya barafuni

football
soka

badminton
vinyoya

athletics
riadha

handball
mpira wa mikono

skiing
skii

polo
polo

jump
kuruka

laugh
cheka

hug
kumbatia

walk
kutembea

sing
kuimba

dream
ota ndoto

pray
kuomba

kiss
busu

write
kuandika

draw
kuteka

show
angalia

push
sukuma

give
kutoa

take
kuchukua

have
kuwa

do
fanya

be
kuwa

stand
kusimama

run
kukimbia

pull
vuta

throw
kutupa

fall
kuanguka

lie
hadaa

wait
kusubiri

carry
kubeba

sit
kukaa

get dressed
vaa nguo

sleep
usingizi

wake up
kuamka

look at

kuangalia

cry

lia

stroke

kiharusi

comb

chana nywele

talk

ongea

understand

kuelewa

ask

kuuliza

listen

kusikiliza

drink

kunywa

eat

kula

tidy up

nadhifisha

love

upendo

cook

mpishi

drive

gari

fly

kuruka

sail

meli

calculate

kokotoa

read

kusoma

learn

kujifunza

work

kazi

marry

kuoa

sew

kushona

brush teeth

piga mswaki

kill

kuua

smoke

moshi

send

kutuma

grandmother
bibi

grandfather
babu

father
baba

mother
mama

baby
mtoto

daughter
binti

son
bin

guest

mgeni

aunt

shangazi

uncle

mjomba

brother

kaka

sister

dada

forehead
paji la uso

eye
jicho

shoulder
bega

finger
kidole

face
uso

chin
kidevu

hand
mkono

breast
matiti

leg
mguu

arm
mkono

baby

mtoto

man

mwanamume

woman

mwanamke

girl

msichana

boy

mvulana

head

kichwa

back
....
nyuma

belly
....
tumbo

belly button
....
kitovu

toe
....
chano

heel
....
kisigino

bone
....
mfupa

hip
....
nyonga

knee
....
goti

elbow
....
kiwiko

nose
....
pua

bottom
....
chini

skin
....
ngozi

cheek
....
shavu

ear
....
sikio

lip
....
mdomo

mouth

kinywa

tooth

jino

tongue

ulimi

brain

ubongo

heart

moyo

muscle

misuli

lung

pafu

liver

ini

stomach

tumbo

kidneys

figo

sex

jinsia

condom

kondomu

ovum

ovari

semen

shahawa

pregnancy

mimba

menstruation

hedhi

vagina

uke

penis

uume

eyebrow

unyusi

hair

nywele

neck

shingo

hospital
hospitali

ambulance
gari la wagonjwa

wheelchair
kiti cha magurudumu

fracture
jeraha

doctor

daktari

emergency room

chumba cha dharura

nurse

muuguzi

emergency

dharura

unconscious

kupoteza fahamu

pain

maumivu

injury
kuumia

bleeding
kutokwa na damu

heart attack
mshtuko wa moyo

stroke
kiharusi

allergy
mzio

cough
kikohozi

fever
homa

flu
mafua

diarrhoea
kuharisha

headache
maumivu ya kichwa

cancer
kansa

diabetes
ugonjwa wa kisukari

surgeon
daktari mpasuaji

scalpel
kisu kidogo cha kupasulia

operation
operesheni

CT

picha changanufu ya mwili

x-ray

Eksrei

ultrasound

mawimbi sauti

face mask

barakoa ya uso

disease

ugonjwa

waiting room

chumba cha kusubiri

crutch

mkongojo

plaster

plasta

bandage

bendeji

injection

sindano

stethoscope

stetoskopu

stretcher

machela

clinical thermometer

kipimajoto cha kliniki

birth

kuzaliwa

overweight

unene kupita kiasi

hearing aid

kusikia misaada

disinfectant

kipukusi

infection

maambukizi

virus

virusi

HIV / AIDS

VVU / UKIMWI

medicine

dawa

vaccination

chanjo

tablets

vidonge

pill

kidonge

emergency call

simu ya dharura

blood pressure monitor

haemodainamometa

ill / healthy

mgonjwa / mwenye afya

Help!

Msaada!

alarm

kengele

assault

pigo

attack

shambulizi

danger

hatari

emergency exit

lango la dharura

Fire!

Moto!

fire extinguisher

kizima moto

accident

ajali

first-aid kit

vifaa vya huduma ya
kwanza

SOS

wito wa msaada

police

polisi

Europe

Ulaya

North America

Amerika ya Kaskazini

South America

Amerika ya Kusini

Africa

Afrika

Asia

Asia

Australia

Australia

Atlantic

Atlantiki

Pacific

Pasifiki

Indian Ocean

Bahari ya Hindi

Antarctic Ocean

Bahari ya Antaktiki

Arctic Ocean

Bahari ya Aktiki

North Pole

Ncha ya Kaskazini

South Pole
Ncha ya Kusini

Antarctica
Antaktika

Earth
dunia

land
nchi

sea
bahari

island
kisiwa

nation
taifa

state
jimbo

Earth - dunia

clock face

uso wa saa

hour hand

akrabu ya saa

minute hand

akrabu ya dakika

second hand

akrabu ya sekunde

What time is it?

Ni saa ngapi?

day

siku

time

wakati

now

sasa

digital watch

saa ya dijitali

minute

dakika

hour

saa

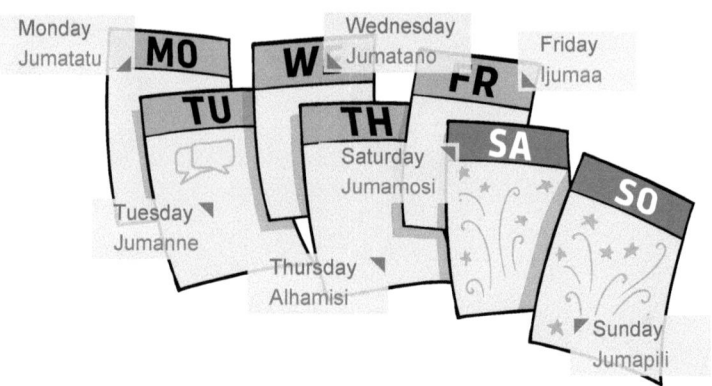

Monday
Jumatatu

Wednesday
Jumatano

Friday
Ijumaa

Tuesday
Jumanne

Saturday
Jumamosi

Thursday
Alhamisi

Sunday
Jumapili

yesterday

jana

today

leo

tomorrow

kesho

morning

asubuhi

noon

saa sita mchana

evening

jioni

MO	TU	WE	TH	FR	SA	SU
1	2	3	4	5	6	7
8	9	10	11	12	13	14
15	16	17	18	19	20	21
22	23	24	25	26	27	28
29	30	31	1	2	3	4

business days

siku za biashara

MO	TU	WE	TH	FR	SA	SU
1	2	3	4	5	6	7
8	9	10	11	12	13	14
15	16	17	18	19	20	21
22	23	24	25	26	27	28
29	30	31	1	2	3	4

weekend

mwishoni mwa wiki

rain
mvua

rainbow
upinde wa mvua

snow
theluji

wind
upepo

spring
majira ya machipuko

autumn
vuli

summer
kiangazi

winter
majira ya baridi

weather forecast
utabiri wa hali ya hewa

thermometer
kipimajoto

sunshine
mwanga wa jua

cloud
wingu

fog
ukungu

humidity
unyevu

lightning

umeme

thunder

radi

storm

dhoruba

hail

mvua ya mawe

monsoon

monsuni

flood

mafuriko

ice

barafu

January

Januari

February

Februari

March

Machi

April

Aprili

May

Mei

June

Juni

July

Julai

August

Agosti

September
....
Septemba

October
....
Oktoba

November
....
Novemba

December
....
Desemba

shapes
maumbo

circle
....
mduara

square
....
mraba

rectangle
....
mstatili

triangle
....
pembetatu

sphere
....
nyanja

cube
....
mchemraba

white

nyeupe

yellow

manjano

orange

chungwa

pink

rangi ya waridi

red

nyekundu

purple

hudhurungi

blue

bluu

green

kijani

brown

hanja

grey

jivujivu

black

nyeusi

a lot / a little

mengi / kidogo

angry / calm

hasira / pole

beautiful / ugly

nzuri / mbaya

beginning / end

mwanzo / mwisho

big / small

kubwa / ndogo

bright / dark

angavu / giza

brother / sister

kaka / dada

clean / dirty

safi / chafu

complete / incomplete

kamilika / tokamilika

day / night

siku / usiku

dead / alive

wafu / hai

wide / narrow

pana / nyembamba

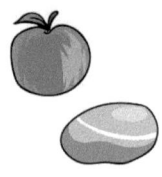

edible / inedible

kulika / kutolika

evil / kind

ovu / ema

excited / bored

sisimkwa / udhika

fat / thin

nene / nyembamba

first / last

kwanza / mwisho

friend / enemy

rafiki / adui

full / empty

jaa / tupu

hard / soft

ngumu / laini

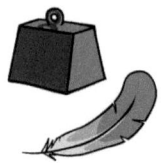

heavy / light

nzito / nyepesi

hunger / thirst

njaa / kiu

ill / healthy

mgonjwa / mwenye afya

illegal / legal

haramu / kisheria

intelligent / stupid

akili / kijinga

left / right

kushoto / kulia

near / far

karibu / mbali

new / used

mpya / kutumika

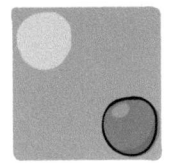

nothing / something

kitu / jambo

old / young

zee / changa

on / off

waka / zima

open / closed

wazi / fungwa

quiet / loud

utulivu / kelele

rich / poor

tajiri / masikini

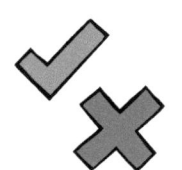

right / wrong

sahihi / kosa

rough / smooth

mbaya / laini

sad / happy

huzunika / furahia

short / long

fupi /ndefu

slow / fast

polepole / haraka

wet / dry

nyevu / kavu

warm / cool

joto / baridi

war / peace

vita / amani

0

zero

sufuri

1

one

moja

2

two

mbili

3

three

tatu

4

four

nne

5

five

tano

6

six

sita

7

seven

saba

8

eight

nane

9

nine

tisa

10

ten

kumi

11

eleven

kumi na moja

12

twelve

kumi na mbili

13

thirteen

kumi na tatu

14

fourteen

kumi na nne

15

fifteen

kumi na tano

16

sixteen

kumi na sita

17

seventeen

kumi na saba

18

eighteen

kumi na nane

19

nineteen

kumi na tisa

20

twenty

ishirini

100

hundred

mia

1.000

thousand

elfu

1.000.000

million

milioni

English
....
Kiingereza

American English
....
Kiingereza cha Marekani

Chinese Mandarin
....
Kimandarini cha Uchina

Hindi
....
Kihindi

Spanish
....
Kihispania

French
....
Kifaransa

Arabic
....
Kiarabu

Russian
....
Kirusi

Portuguese
....
Kireno

Bengali
....
Kibengali

German
....
Kijerumani

Japanese
....
Kijapani

I

mimi

you

wewe

he / she / it

yeye / yeye / ni

we

sisi

you

wewe

they

wao

who?

nani?

what?

nini?

how?

jinsi gani?

where?

wapi?

when?

lini?

name

jina

behind

nyuma

in

katika

in front of

mbele ya

over

juu ya

on

kwenye

under

chini ya

beside

kando

between

kati

place

mahali